ઍરંટો

Published By

www.poetryworld.org

Zeranto

Written by Sangita Dattani

Published by: Poetry World Org

Publisher's Address: Haryana

Printed under PWO in India

Edition: I (2024)

ISBN (Paperback): 9789389959727

Book Design by Poetry World

POETRY WORLD ORG 2024

ઝેરંટો

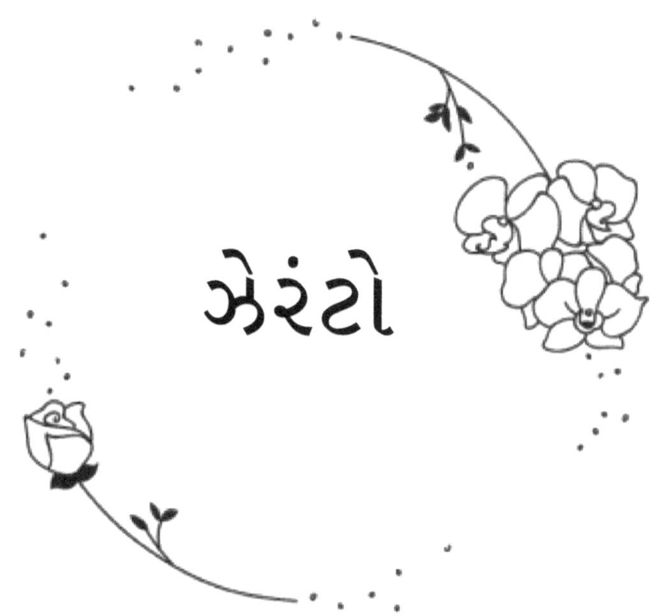

સંગીતા દત્તાણી

નવમા ધોરણમાં હતી ત્યારે પહેલી વાર્તા લખી હતી

એપ્રિલ ૨૦૨૨માં સ્ટોરિમિરરમાં એક વાર્તા સ્પર્ધા યોજવામાં આવી હતી ત્યારથી એ પ્રવાહ ચાલુ થયો.

પહેલાં ગધ જ ફાવતું હતું અને લખતી હતી પણ પછી કવિતા કે પધના અન્ય સ્વરૂપોને લખવાની ઇચ્છા જાગી

ત્રણ-ચાર ગ્રુપમાં જોઇન થઇ વાર્તાઓ લખાતી ગઇ

ઈનામો મળતા ગયાં

સ્ટોરિમિરરમાં પ્રથમ દસમાં સ્થાન મળ્યું

અનેરો આનંદ.

ત્યારબાદ એક પુસ્તક પ્રકાશિત કરવાની ઇચ્છા થઇ તેના પરિણામ સ્વરૂપ મારો પહેલો વાર્તા સંગ્રહ 'ઝેરંટો' બહાર પાડી રહી છું.

'ઝેરંટો' એટલે વધેલી વસ્તુનો નકામો ભાગ છે કામનો તો નથી છતાં મસાલાથી ભરપૂર હોય છે ઠીક એ જ રીતે આ વાર્તાસંગ્રહમાં લખેલી વાર્તાઓ સામાન્ય લોકોની છે પણ કંઇને કંઇ વિશિષ્ટતા દર્શાવે છે.

આશા છે તમને જરૂર પસંદ આવશે.

પરિચય

હું સંગીતા દત્તાણી

રાજકોટમાં ગુજરાતી વિષય સાથે બી.એ. કર્યું.

લગ્ન કરીને ઇંગ્લેંડ આવી.

૩૩ વર્ષથી અહીં સ્થિત છું

અર્પણ

અપાર વહાલ વરસાવીને મને પુસ્તકોની રોમાંચક સફર કરાવનાર

મારા માતાપિતાને

અર્પણ

FOREWORD

સંગીતાબેન કોઈ પરિચયના મહોતાજ નથી. તેમની કૃતિઓ ખુદ જ તેમનો પરિચય આપી જાય છે!

સંગીતાબેનની સ્વભાવગત વિશેષતાઓમાંની એક છે: તેમનું નિર્મળ મન! બીજી વિશેષતા છે, તેમનાં નિર્મળ ચહેરા પર રમતું નિર્દોષ સ્મિત! તેમની વાતોમાં ઝલકતી તેમની જીવન પ્રત્યેની હકારાત્મકતા તેમની કૃતિઓમાં પણ સુપેરે છલકે છે.

તેમની કૃતિઓમાં ક્યાંય નકારાત્મકતા જોવા મળતી નથી. તેમનો જીવન પ્રત્યેનો જે હકારાત્મક અભિગમ છે તે તેમની કૃતિઓમાં પણ જોવા મળે છે.

તેમનાં પાત્રો પોતાનાં જીવનમાં હાર્યા વગર સંઘર્ષ કરતાં જોવા મળે છે. તેમનાં પાત્રોમાં બાળકોથી લઈને વૃદ્ધ સુધીનાં પાત્રો જોવા મળે છે. તે ઉપરાંત વિદેશ વસવાટને કારણે તેમની રચનાઓમાં વિદેશનું વાતાવરણ અને વાતો બંને જોવા મળે છે. તેમની રચનાઓમાં ભારત પ્રત્યેનો તેમનો પ્રેમ છલકતો જોવા મળે છે. તેમની રચનાઓમાં ઘણી વિવિધતા જોવા મળે છે.

વધુ તો શું લખું? તેઓ જેટલાં સરસ લેખિકા છે, તેનાં કરતાં પણ વધુ ઉત્તમ વ્યક્તિત્વનાં માલિક છે. તેમનું પુસ્તક……પબ્લિશ થઈ રહ્યું છે તે માટે તેમને અઢળક શુભેચ્છાઓ અને અભિનંદન.

- ભગવતી પંચમતીયા 'રોશની'

સંગીતાબેન દત્તાણી એક ઉમદા લેખિકા સાથે શ્રેષ્ઠ વિચારસરણી ધરાવે છે. એમની સૌથી શ્રેષ્ઠ વાત એ છે કે પોતાની માતૃભૂમિથી દૂર રહેવા છતાં એક અલગ જ લાગણી માતૃભાષા ગુજરાતી માટે છે જે ખરેખર એક આગવી વિશિષ્ટતા છે.

આ વિશિષ્ટતા અંતર્ગત એક લઘુકથા સંગ્રહ પ્રકાશિત કર્યો છે. જેમનું નામ છે. "ઝેરંટો". *ઝેરંટો એટલે નાસ્તામાં વપરાતા સેવ-મમરા, ચવાણું જેવા ચટપટા ખાધ પદાર્થ ખવાતા વધતો ભૂકો.* આ નામ આ પુસ્તક માટે એટલે વાપર્યું કે જેમ ઝેરંટો વધેલી વસ્તુનો નકામો ભાગ હોવા છતાં મસાલાથી ભરપૂર હોય છે ઠીક એ જ રીતે આ વાર્તાસંગ્રહમાં લખેલી વાર્તા જે લોકો માટે સામાન્ય છે એ ટોપિકને વિશિષ્ટતા સાથે દર્શાવે છે જે પુસ્તકનું નામ સાર્થક કરે છે.

આ વાર્તાસંગ્રહ બહેતરીન પંદર વાર્તાઓનો સંગ્રહ છે. આ વાર્તાસંગ્રહ 'ક્વોલિટી' આધારિત છે. થોડું પણ સરસ આપવું એ જ આ લેખિકાની શ્રેષ્ઠતા છે.

દરેક વાર્તા યુનિક છે. જેવું પુસ્તકનું નામ એવું જ વાર્તાકારનું કામ. 'સુરેખાની શ્રધ્ધા' આલેખન હોય કે 'કેલી' શીર્ષક હેઠળ શ્રેષ્ઠ સ્વરૂપે વ્યક્તિ આલેખન હોય બધું એકમેકથી ભિન્ન જ હોય. જેમ એક જ માવામાંથી બનેલી મીઠાઈ અલગ અલગ સ્વાદ સાથે બનેલી હોય કે

એમ કહો કે અલગ અલગ આકારના અલંકારોમા મૂળ સ્વરૂપે સોનું હોય એમ અહીં એક જ કલમથી અલગ અલગ વાર્તા સર્જન પામી છે.

'જીવનદાતા' તરીકે એક સંતાન માતાપિતા માટે શું છે એ નવીનતમ વાત રજૂ કરી છે. તો 'વૈદેહી' કથાનક એક સુંદર સંદેશ આપતી ટૂંકી વાર્તા છે. આમ, દરેક વાર્તા એક અલગ સાર સાથે સર્જકનું સુંદર સર્જન છે.

આમ તો સહ-લેખિકા તરીકે સંગીતાબેનના પુસ્તકો આવી ચૂક્યા છે પણ આ વાર્તાસંગ્રહની જેમ એમના અન્ય સંગ્રહ પ્રકાશિત થાય એવી અભિલાષા છે.

"અવનવું આલેખન એ છે સર્જકની કમાલ,

હંમેશા બસ આ કલમ કરતી રહે ધમાલ."

- જાગૃતિ કૈલા 'ઊર્જા'

મોરબી

પ્રિય સંગીતાબેન,

સાહિત્ય ક્ષેત્રે આપની કલમ આપની આગવી ઓળખ છે. ઘણાં સાહિત્ય ગ્રૂપ અને સ્ટોરી મીરર એપમાં આપની વાર્તાઓ વાંચી છે. જીવન પ્રત્યેનો હકારાત્મક અભિગમ ખૂબ જ છે. વિદેશની ધરતી પર રહી પોતાનાં ભારત દેશ માટે નો અનન્ય પ્રેમ આપની રચનામાં અને વિચારસરણીમાં અનોખી રીતે તરી આવે છે. આપની કલમે લખાયેલ આ વાર્તા સંગ્રહ સમાજ માટે એક અનેરો સંદેશ લઈ આવ્યું છે.

અહીંયા દરેક વાર્તામાં પ્રેમ, વિશ્વાસ, શ્રદ્ધા, જીવન માટેની નવી દિશા બતાવતી વાર્તાઓ છે. સ્ત્રીને કેન્દ્રમાં લઈને વાર્તાઓ બનાવવામાં આવી છે. જેમાં નાની બાળા થી લઈને વૃદ્ધા સુધીના સ્ત્રીના તમામ પાત્રને આવરી લેવામાં આવ્યા છે. દરેક પાત્રનું પોતાનું અલગ મહત્વ બતાવવામાં આવ્યું છે. સ્ત્રી શક્તિની વાર્તા મારફતે એ પાત્રને ઉજાગર કરવામાં આવ્યું છે.

તમે તો બેન ઉંમરના તમામ પડાવ પાર કરીને આગળ વધ્યા ત્યારે અનુભવનાં ભાથાથી બનાવેલ આ બધી વાર્તાઓના સમૂહને માણવાનું અમને અચૂક ગમશે. તમારી લખેલી ઘણી બધી રચનાઓ માંથી સારામાં સારી રચનાઓનો આ સંગ્રહ બનાવવામાં આવ્યો છે. જેમાં

જીવનના નીચોડ અને જીવનના દરેક પાસાને ઉજાગર કરીને બતાવવામાં આવ્યા છે.

અમે તો આશા કરીએ અને પ્રભુને પ્રાર્થના કરીએ કે સંગીતાબેન સ્વસ્થ અને દીર્ઘાયુ આયુષ્ય પ્રાપ્ત કરી સમાજને કલમ થકી નવી નવી વાર્તાઓ આપતા રહે, જેમાંથી જીવન જીવવાનો સંદેશ અને હકારાત્મક બાબતોનો ઉલ્લેખ મળે. દરેકને એમની રચના એ ફક્ત રચના નહીં પરંતુ પોતાના જીવનની વાસ્તવિકતા લાગશે, એમનો આ વાર્તા સંગ્રહ ખૂબ ખ્યાતિ પ્રાપ્ત કરે અને લાખો વાચકો સુધી આ સંગ્રહ પહોંચે એ જ આશા અભ્યર્થના સાથે ખૂબ ખૂબ શુભકામના.

- કિરણબેન બી. શર્મા "પ્રકાશ"

અનુક્રમણિકા

સુરેખાની શ્રધ્ધા

એ હાલો હાલો એ હાલો.. જાતા જોઈ પનઘટની વાટે, મારુ મન મોહી ગયું, મારુ મન મોહી ગયું, તારા રૂપાળા ગોરા ગોરા ગાલ.. આ સાંભળીને સંજુ તરત જ સીંદરીના ખાટલામાંથી ઊભો થઈને સુરેખા પાછળ દોડ્યો. રમણીકલાલ ને રમાબેન તો એકબીજા સામે જોઈને હસવા લાગ્યા. પોતાના જુના પણ અત્યંત વ્હાલા એ દિવસો એમને યાદ આવી ગયા.

"એલા એ સંજુડા ક્યાં ઉપડ્યો હજી તો પાંચ જ વાગ્યા છે. ચા પાણી કર ને ત્યાં તો બે રોટલાને રીંગણાં બટેટાનું ભરેલું શાક કરી નાખું. ને જમીને ગરબા ગાવા જાજે હોં દીકરા."

તોય સંજુડો માને એમ ન હતો. આજે તો સુરેખાને પોતાની વાત મનાવી જ લેવી હતી એટલે ચા પાણી પડતાં મેલીને એ તો બાથરૂમમાં નહાવા ચાલ્યો ગયો. વીસ પચીસ મિનિટ પછી બહાર નીકળ્યો ને માથું લૂછતાં લૂછતાં બોલ્યો, " મમ્મી હવે બધું રહેવા દેજો હું હવે *ગરબા* રમવા જાઉં છું." કહેતા તે કંઈ જોયા સાંભળ્યા વગર બહાર જ નીકળી ગયો. સાતના ટકોરા ઘડિયાળમાં પડતા હતા અને સુરેખાનું હ્રદય જાણે એક એક ટકોરે હરખાતું હતું. ધબકારા વધી ગયા હતા.

બંનેએ એક સાથે જ મંદિરમાં પ્રવેશ કર્યો ત્યાં તો આધાશક્તિની આરતી શરૂ થઈ. જય *આધાશક્તિ*મા જય આધાશક્તિ, અખંડ બ્રહ્માંડ નિપાવ્યા.

આરતી પૂરી થયા બાદ તરત જ ગરબા શરૂ થયા ને જાણે સાક્ષાત *નવદુર્ગા* પૃથ્વી પર ઉતરી આવ્યા. સુરેખા અને સંજય મન ભરીને ગરબે રમ્યાં. રાતના દસ થયા ને વિશ્વંભરીની સ્તુતિ ચાલુ થઈ.

સૌએ આનંદથી માની સ્તુતિ કરી. સંજય અને સુરેખા પણ બે હાથ જોડી માતાજીને વીનવી રહ્યાં. સુરેખા હજી બે હાથ જોડી ઊભી જ હતી. સંજયે તેને સાથ આપ્યો. ભૂખ તો બહુ જ લાગી હતી પણ જ્યાં સુધી સુરેખા પ્રાર્થના પૂરી ન કરે ત્યાં સુધી કશું શક્ય નહોતું. થોડી વાર એ માને વીનવી રહી અને સંજય સામે જોયું. બીજા બધાં ભક્તો તો ક્યારનાયે પોતપોતાના ડાંડિયા લઈને ક્યારે સંગીત ચાલુ થાય તેની રાહ જોઈ રહ્યાં હતાં.

સંજયે સુરેખાનો હાથ પકડી ને તેને ચા નાસ્તો કરવા લઈ ગયો અને કહ્યું, "સુરેખા કંઈ બોલતી નહીં, ચાલ થોડું ખાઈ લઈએ. ગરબા રમવાની ઉતાવળમાં હું જમ્યો નથી. હસતાં મોઢે સુરેખાએ તેને સાથ આપ્યો.

ચા નાસ્તો કરીને પાછા ફર્યા ત્યારે ઢોલીડા ઢોલ વગાડવાની શરૂઆત કરી ચૂક્યા હતા. સંજયે સુરેખાની *ચૂંદડી* સરખી કરીને પીન નાખી દીધી અને મનમાં જ ખુશ થતો થતો ડાંડિયારાસ રમવા લાગ્યો.

મનોમન માને વિનંતી કરી કે, "હે મા સુરેખાના મમ્મી પપ્પા હા પાડે એટલે ચૂંદડી ઓઢાડવાનું મુહૂર્ત કઢાવી લઉં અને જે દિવસે તેને ચૂંદડી ઓઢાડીશ તે દિવસે મા તને પણ ચૂંદડી ઓઢાડીશ. આ મારું તને વચન છે."

ડાંડિયા પછી તો અનેક ગરબા, રાસ, ઝાંઝરિયું, રણઝણિયું બધું જ થયું ત્યારે રાતના બાર વાગ્યા હતા. સુરેખાને ઘરે મૂકીને તેના મમ્મીને વંદન કરી પાછો ઘરે આવ્યો.

ત્યારે રમણીકલાલ અને રમાબેન જાગતાં જ હતાં અને રમાબેને જરા તેને ટપાર્યો પણ ખરો કે "કોઇની દીકરીને રાતે બાર વાગ્યા સુધી આમ ન ફેરવાય. સમાજ કેવી વાતો કરે? સુરેખા અને આપણા માટે પણ એ સારી વાત નથી."

સંજયે નમ્રતાથી કહ્યું, "મમ્મી મને લાગે છે કે સુરેખાના મમ્મી પપ્પા હા પાડી દેશે ને હું માનતા લઈને આવ્યો છું."

બીજે દિવસે સવારે સુરેખાના મમ્મીનો રમાબેન પર ફોન આવ્યો. રમાબેને ફોન લીધો અને જય શ્રી કૃષ્ણ કહ્યાં. સાવિત્રીબેને કહ્યું કે, "અમને આ સંબંધ મંજૂર છે. પહેલા તો અમે સંજયને ચકાસતા હતા. પણ હવે અમને વાંધો નથી. બોલો ક્યારે ચૂંદડી ઓઢાડો છો? આ સાંભળી બધા ખુશ થઈ ગયા. ને દેવ દિવાળીનું ચૂંદડી - લગ્નનું મુહૂર્ત મળી આવતા રંગે ચંગે લગ્ન થઈ ગયા. સંજયે માતાજીની ચૂંદડી સાથે જ રાખી, મંદિરે દર્શન કર્યા અને માનતા પૂરી કરી.

બીજી નવરાત્રીએ સુરેખા ગરબા રમી શકે એમ ન હતી, કારણ તેણે સુંદર પુત્રીને જન્મ આપ્યો હતો. સવા મહિનો થયે માતાજીના દર્શને ગઈ ત્યારે મંદિરમાં દુ લોટા તેડ્યા હતા અને ત્યાં ચોસઠ જોગણીઓ રાસ રમી રહી હતી.

તે મનોમનમાં માને વંદી રહી અને કહ્યું કે, "હે મા, આવી જ રીતે મારું જીવન પ્રેમપૂર્ણ પસાર થાય તેવી પ્રાર્થના."

જીવનદાતા

મમ્મી ઓ મમ્મી ક્યાં છો તમે? પપ્પા તો ૮ વાગ્યામાં જ સૂઇ જતાં હતા એટલે અભય મમ્મીના નામની બૂમો પાડતો હતો.

કોઇ જવાબ ન મળતા અભય જોવા લાગ્યો કે આગ ક્યાં લાગી છે? કંઇ પણ વિચાર્યા વગર ફાયર બ્રિગેડને ફોન કર્યો અને ફક્ત પાંચ જ મિનિટમાં ફાયર બ્રિગેડ આવી પહોંચી.

દરવાજો ખુલ્લો જ હતો તેથી અગ્નિશામક ટીમનો ઘણો સમય બચી ગયો. એક માણસ તરત જ ઉપર દોડ્યો અને અભયના મમ્મી પપ્પાને ઉઠાડવાની કોશિશ કરી. મધ્યરાત્રીની પહેલી નીંદરમાંથી સુહાની જાગી તો ગઇ પણ પગ જમીન પર પગ મંડાતા ન હતા. "અરે આ શું થઇ ગયું છે મને કંઇ જ દેખાતું નથી!"

વધારે કંઇ વિચારે તે પહેલા એક માણસ તેનો હાથ પકડીને બહાર લઇ આવ્યો હતો. શિવલાલભાઇને પગે પોલિયો હોવાથી એક ટીમ મેમ્બરે લગભગ તેડી જ લઇને નીચે ઉતાર્યા અને બહાર એમ્બ્યુલન્સમાં બેસાડી દીધા હતા.

આ જોઈને અભય પણ જરા હચમચી ગયો. યુનિવર્સિટીના છેલ્લા વર્ષમાં હોવાથી ખાવા પીવા વાંચવાનું વગેરે યુનિવર્સિટીના કેમ્પસમાં જ કરતો હતો. મોટેભાગે સવારે ચાર વાગે ઘરે આવીને નાહી ધોઈને સૂઈ જતો. ફરી પાછો ૮ વાગે ઊઠીને નાસ્તો કરીને યુનિવર્સિટી જતો રહેતો.

એ દિવસે અભય જરા વહેલો આવ્યો હતો. કદાચ કુદરતનો સંકેત હશે! બીજી ચાર ફાયર બ્રિગેડ શેરીમાં આવીને ઊભી રહી ગઈ. રાતના બે વાગ્યાનો સમય હતો. પચાસ ઘરની શેરીમાં લગભગ બધાં ઘરોમાં લાઈટ ઓન થઈ ગઈ હતી અને બધાં બહાર નીકળી આવ્યાં હતાં. પોતાનું ઘર તો સલામત છે ને! એમ વિચાર કરીને આગળ પાછળ નજર પણ ફેરવી લેતાં હતાં.

પૂરા પાંચ કલાક પછી ફાયર બ્રિગેડ ઈલેક્ટ્રિસિટી, ગેસ અને પાણી બંધ કરીને ચાલી ગઈ. ઘરમાં કોઈને પણ ન રહેવાનો આદેશ પણ આપ્યો હતો. પણ અભયને ફાઈનલ પરીક્ષા હોવાથી તે હવે ઘરે જ રિવાઈઝ કરતો હતો. તેને પોતાનું જન્મસ્થાન છોડીને ક્યાંય જવું ન હતું. શિવલાલ અને સુહાની મને-કમને ઇન્સ્યોરન્સ કંપનીએ આપેલ હોટલનાં રૂમમાં જતાં રહ્યાં. સુહાનીએ તો ચાર પાંચ દિવસો જેમ તેમ કરીને કાઢી

નાખ્યા પણ શિવલાલ ભાઈને તો રાત્રે નીંદર જ નહોતી આવતી. કારણ કે આ ઘર તેમની માતાએ તેમને ભેટમાં આપેલું હતું.

બરાબર છઠ્ઠે દિવસે શિવલાલભાઈ અને સુહાનીએ ઘરમાં પ્રવેશ કર્યો. શિવલાલભાઈ આમ તેમ જોવા લાગ્યા. અભય આરતીની થાળી લઈને ઊભો હતો અને મમ્મી પપ્પાને આરતી ઉતારી રહ્યા પછી કહ્યું, "વેલકમ હોમ મમ્મી પપ્પા."

ઘરમાં પ્રવેશ કરતા સુહાની બોલી ઊઠી, "અભય, આ આપણું જ ઘર છે ને?"

"હા, મમ્મી આપણું જ ઘર છે. ઇન્સ્યોરન્સ કંપનીએ તાત્કાલિક રીનોવેટ કરાવી દીધું છે."

તે રાત્રે સુહાની સૂઈ ન શકી તે વિચારી રહી કે, મેં અભયને જન્મ આપ્યો છે કે અભયે મને અને તેના પપ્પાને યોગ્ય સમયે આવીને પુનર્જન્મ આપ્યો છે.

તે મનોમન ફાયરબ્રિગેડ, એમ્બ્યુલન્સ,હોસ્પિટલસ્ટાફ હોટલમાં સેવા આપતા બધા જ લોકોને પણ તે વંદી રહી.

જીવલીનું ખેતર

"એ જીવલી રોંઢે આવજે હો. ખેતરે ચા - પાણી હારે કરશું ને સાથે ઓલા લાડવા પણ લેતી આવજે. આપણે બેય અડધો અડધો ખાઈશું" કરસન ખેડૂત તેની નવોઢા પત્નીને કહી રહ્યો હતો.

જીવલી પણ માથે ઓઢેલો જમણી બાજુનો છેડો દાંતમાં દબાવી શરમાતી હકારમાં માથું ધૂણાવતી ચાલી ગઈ. આજે એવું શું હતું કે બેય ખુશ હતા? લગ્નને હજી મહિનો તો થયો ન હતો તો પછી આ શું થાય છે બંનેને!

બેય વિચારતાં રહ્યાં. કરશન પણ ઝાડને છાંયે જરા આડો પડ્યો. ચકલાં અને કાબર પણ થોડીવાર જંપી ગયા હતાં. બરાબર સાડા ચારને સુમારે ચા પાણી લઈને ખેતરે પહોંચી તો કરશન તો નસકોરાં બોલાવતો હતો. જીવલી એને ઢંઢોળીને આજનું છાપું બતાવતા બોલી એ જો તો ખરો આ છાપામાં એક જાહેરાત આવી છે આપણે પણ એમાં ભાગ લઈએ તો કેવું?

આંખ્યું ચોળતો પહેલા તો મીઠી નજરે જીવલીને નિહાળી રહ્યો પછી બાજુમાં પડેલ લોટો લઈને બે છાલક આંખમાં મારી ને કોગળા કર્યા.પછી જીવલી સામે જોઈને કહે, "બોલ, શું કહેતી હતી?"

જીવલી કહે કે આ જાહેરાત જુઓ આપણો તો મબલખ ચાક ઉતરે છે ને સરકારે જાહેરાત કરી છે કે આ સ્પર્ધામાં ભાગ લઈએ તો એક લાખનું ઈનામ મળશે અને બીજાં નાના મોટા ઈનામ પણ ખરા.

કરસને ધ્યાનથી બધી વિગતો જોઈ અને ઓનલાઈન ફોર્મ પણ ભરી દીધું તેના ખેતરમાં બધી જ જાતના પાક, ફળ ફૂલ વગેરે થતાં હતાં.

થોડાં દિવસ પછી સ્પર્ધાનો દિવસ પણ આવી પહોંચ્યો. પોતાની આજિવિકા સમા ખેતરને તેણે સુંદર રીતે સજાવ્યું હતું. જજ કરસનનું ખેતર જોવા બરાબર સવારે અગિયારના ટકોરે આવી પહોંચ્યાં.

નાનકડી જગ્યામાં આટલો મબલખ પાક જોઈને જજ પણ આશ્ચર્યચકિત થઈ ગયા. કરસને છેલ્લામાં છેલ્લી પદ્ધતિ પોતાના ખેતરમાં વિકસાવી હતી અને ઓછી મહેનતે વધુ પાક કેમ લેવો તેની પણ છણાવટ જજ સમક્ષ કરી.

આ સાંભળીને બધા આશ્ચર્યચકિત થઈ ગયા. ત્યારપછી તેના ઘરનાં બધાંને થોડાં થોડાં પ્રશ્નો પૂછવામાં આવ્યા. જીવલી તો બહુ જ ખુશ થતી હતી. હોંશે હોંશે બધા જ જવાબ તેણે પણ આપ્યા.

બે ત્રણ દિવસમાં પરિણામ પણ આવી ગયું. જીવલીની નજર છાપામાં પડી અને કરસનને કહેવા દોડી અને કહ્યું કે, "જલદી મેઈલ ચેક

કરો આપણે આજ ને આજ મુંબઇ જવું પડશે કારણકે આપણને પહેલું ઈનામ મળ્યું છે."

બધાં તો આનંદિત થઇ ઉઠ્યા અને મુંબઇ જવાની તૈયારી કરવા લાગ્યા. માંડ માંડ સમયસર બધા પહોંચી ગયા. જ્યારે હોલમાં પહોંચ્યાં ત્યારે કરસનનું જ નામ માઇક પર એનાઉન્સ થતું હતું. જીવલીનો આનંદ માતો ન હતો. મનોમન પ્રભુને વંદી રહી અને કહ્યું કે, "હે પરમેશ્વર, તમે મારું સપનું પૂરું કર્યું."

રંગ છલકે

"ભવિષ્યોત્તર પુરાણમાં આ પર્વની કથા આવે છે..." કહેતાં સ્વામીજી એક ક્ષણ ખોંખારો ખાઈને અટક્યા. સતયુગનાં રઘુરાજાએ હોલિકા ઉત્સવ પ્રચલિત કર્યો. અગ્નિ એક રોગ રક્ષિકા શક્તિ છે એટલે અગ્નિ સ્વરૂપ શમી વૃક્ષનું હુંહું બાળીને રોગશામન કરવામાં આવે છે.

"મમ્મી.." પાંચ વર્ષની તેજસ્વિની મમ્મીને ગળે વળગી પડી અને પછી હાથ ખેંચીને કહે, "મમ્મી, ચાલને. સ્વામીજી હોળી પ્રગટાવી રહ્યા છે." સુહાસિની જાણે તંદ્રામાંથી જાગી હોય એમ તેજસ્વિનીની પાછળ ખેંચાતાં, વિચારવા લાગી જતી હતી કે આ અવાજ આટલો જાણીતો કેમ લાગે છે? ખૂબ વિચાર્યા પછી પણ કોઈ તાળો મળતો ન હતો. આ તરફ સ્વામીજી પણ બંગડીનો રણકાર થતાં જરા વિચારમાં પડી ગયા હતા. તેમનું પણ મન ચકડોળે ચડ્યું હતું અને તેજસ્વિની પણ સ્વામીજી તરફ ખેંચાઈ જતી હતી.

સ્વામીજી હોળી પ્રગટાવી જ રહ્યા હતા ત્યાં તો તેજસ્વિની કહે પપ્પા.. તમે ક્યાં હતા? હવે સુહાસિનીનો ચમકવાનો વારો હતો. છ મહિના પહેલા નારેશ્વર અને શુક્લતીર્થ તેમજ આજુબાજુના સ્થળોએ સુહાસિની, તેજસ્વિની અને તેજસનું નાનું કુટુંબ અને સોસાયટીના ચાર-

પાંચ ફેમિલી ફરવા નીકળી પડ્યા હતા. ત્યાં નર્મદામાં નહાવા પડ્યા હતા. સ્ત્રીઓ મંદિરમાં દર્શન કરતી હતી. છોકરાઓ મંદિરના પ્રાંગણમાં રમતાં હતાં.

તેવામાં કોઇએ બૂમ પાડી કે તેજસ ડૂબતો જાય છે. બધાનાં જીવ ઊંચા થઇ ગયા. તેને બચાવવાની કોઇની હિંમત ન ચાલી અને બધા જ ધીમે ધીમે બહાર નીકળી ગયા. સેકંડોમાં તો તેજસ ગાયબ થઇ ગયો.

પ્રભુ કૃપા અપરંપાર છે, રામ રાખે તેને કોણ ચાખે. એ ન્યાયે તેજસ સામા કિનારે કોઇ સાધુને બેભાન હાલતમાં મળ્યો અને આશ્રમમાં લઇ આવી સેવા-ચાકરી કરી. પંદર દિવસે તેજસે આંખો ખોલી. પૂછપરછ થતાં તેજસને કંઇ યાદ આવતું ન હોવાથી, દીક્ષા ગ્રહણ કરીને આશ્રમમાં સેવા કરવા લાગ્યો. ચાર પાંચ મહિનામાં તો ગીતા રામાયણ વગેરે પર નાના-મોટા પ્રવચન આપવા લાગ્યો હતો. આજે પ્રથમવાર જ હોળીની કથા અને તેના હાથે જ હોળીનું પ્રાગટ્ય થવાનું હતું.

અને પાંચ વરસની તેજસ્વિની આજે તેના જન્મદાતાને ઓળખી ગઇ હતી. તે જ રીતે, જે બંગડીનો રણકાર તેજસે સાંભળ્યો હતો અને પરિચિત લાગ્યો હતો તે સુહાસિનીની જ બંગડીઓ હતી.

હોળીનું પ્રાગટ્ય તો થઇ ગયું પણ તેજસ અને સુહાસિની કંઇક વિચારમાં પડી ગયા. કે દીક્ષા લીધા પછી સંસારમાં પાછુ કેવી રીતે

આવવું. તેની સાથે આવેલ સાધુ આ બધું નિહાળી રહ્યા હતા. તરત જ પરિસ્થિતિ પારખી લઈને સુહાસિનીની પાસે આવ્યા કે તમારા બંગડીના રણકારથી તેની યાદદાસ્ત પાછી આવી ગઈ છે અને તેજસ સામે જોતાં કહ્યું કે બે વર્ષ કસોટીનો કાળ હોય અને હજુ છ માસ થયા હોવાથી તમારા ઘરે તમે જઈ શકો છો. આ તમારા સંસારના કપડાં હમણાં જ પહેરી લો અને સાધુનાં કપડાં મને પરત કરી દો.

આ સાંભળીને સુહાસિની તો હાથમાં રહેલી પૂજાની થાળીમાંથી અબીલ ગુલાલ લઈને તેજસના ગાલોને રંગી નાખ્યા. અને તેજસ તેજસ્વિની અને સુહાસિનીને વળગી પડ્યો. આ ત્રણેયનાં જીવનમાં હોળી જાણે અનેક રંગો લાવી હતી.

અનોખો વેલેન્ટાઈન ડે

"બા ચાલોને આજે તો તમારે આવવું જ પડશે બધાંને તમારું પેલું ગીત સાંભળવાની ઇચ્છા છે." શોભાએ પોતાના સાસુજી ધીરજબેનને કહ્યું.

"અરે, શોભાવહુ હવે મને સિત્તેર થયા હું થોડી શોભું આ વેલેન્ટાઈન ડેના કાર્યક્રમમાં!"

બારમી ફેબ્રુઆરી રવિવારના કાર્યક્રમમાં જવા માટે સવાર સવારમાં સાસુ વહુની મીઠી રકઝક સાંભળી સસરાજી પણ ખોંખારો ખાતા ખાતા બહાર નીકળ્યાં અને કહે કે, "શોભા વહુ સાચું તો કહે છે. ચાલ હું પણ સાથે આવીશ હો!"

શોભાવહુએ સસરાજીને વચ્ચે જ અટકાવ્યા, "બાપુજી, જેન્ટ્સ માટે આ કાર્યક્રમ નથી. આજે જરા જુદી રીતે કાર્યક્રમની ઉજવણી કરવાની છે અને જે સાસુ - વહુનો પહેલો નંબર આવશે તેને સુંદર ઉપહાર આપવામાં આવશે એટલે જ હું બાને મનાવવાની કોશિશ કરી રહી છું."

સસરાજી ફરી વિચારમાં પડી ગયા અને થોડીવાર રહીને કહું કે, "શોભા વહુ એ વાતમાં કોઈ માલ નથી. મારા વગર તમારા બા સારું

ગાય જ ન શકે તો જો તમારે નંબર જોઇતો જ હોય તો કંઈક ગોઠવણ એવી કરો કે પુરુષો પણ આવી શકે."

શોભાવહુ તો કમિટીના પ્રમુખપદે હતાં તેથી તાત્કાલિક વોટ્સએપ ગૃપમાં બધા સભ્યોને જાણ કરી દીધી કે, "થોડો ફેરફાર છે :- બાળકો સાથે વૃદ્ધો પણ આવી શકે છે." અને ગૃપમાં તો તરત જ સારા સારા થેંક્યુંના ઈમોજી આવવા લાગ્યા.

હવે ધીરજબેનને કશો જ વાંધો ન હતો. લગ્નના દિવસથી માંડીને અત્યાર સુધીના અવનવા કાર્યક્રમોમાં તેઓએ ભાગ લીધો હતો. તેમાં ધીરજબેનનો નંબર ન આવે તે બને જ નહીં પણ શરત માત્ર એટલી કે વરજી સાથે હોવા જોઇએ. એ બંનેના પ્રેમથી આજે પણ લોકો અજાણ ન હતા. ત્રણ ત્રણ પેઢીથી લગાતાર પોતાનો શોખ પૂરો કરતા અને ક્યારેક છોકરાઓની માવજત કે બિમારીમાં અટવાયેલા ધીરજબેનને વલ્લભદાસભાઈ સહારો આપતા.

કાર્યક્રમ શરૂ થવાને હવે માત્ર બે જ કલાકની વાર હતી અને તૈયાર થઈને ફટાફટ હોલ પર પહોંચવાનું હતું. ધીરજબેન શોભાવહુને જરા મૂંઝવણમાં જોઈને જરા હસ્યા અને કહ્યું કે, "વહુરાણી જરા ચિંતા ના કરતા. દસ મિનિટમાં તૈયાર થઈને આવી અને પછી નીકળીએ."

હવે શોભા વિચારમાં પડી ગઈ! દસ મિનિટમાં સાસુમાં કેવી રીતે તૈયાર થશે! પછી વિચારો ખંખેરીને તે પણ તૈયાર થવા લાગી. દસ મિનિટ પછી જ્યારે ધીરજબેન બહાર નીકળ્યા ત્યારે તેને જોઈને શોભા તો આભી જ બની ગઈ શું કહેવું અને શું ન કહેવું!

પરમ પૂજ્ય સાસુ અને સસરાજી હાથમાં હાથ નાખીને ગાડીમાં બેસી ગયા અને શોભાને કહ્યું, "જરા ફૂલવાળા પાસે ગાડી ઊભી રાખજો."

ફૂલવાળા પાસે ગાડી ઊભી રાખવામાં આવી. સસરાજી એ નીચે ઉતરીને સરસ મજાની વેણી લીધી જેમાં વચ્ચે ગુલાબનું ફૂલ મધમઘતું હતું. ધીરજબેને ફૂલવાળા ભાઈને કહ્યું કે, "એક સરસ મજાનું મોટું લાલ રંગનું ગુલાબ પણ આપશો."

શોભા તો આ બધું વિસ્મયતાથી જોઈ રહી હતી. ગાડીમાં બેસીને ધીરજબેનને અંબોડા ફરતે વેણી નાખી દીધી અને લાલ મોટું ગુલાબ ધીરજબેનને હાથમાં આપ્યું અને તેમણે કોટના ખિસ્સામાં ભરાવી દીધું.

હોલ આવી ગયો. કાર્યક્રમની શરૂઆત થઈ. બધાં જ લોકો સુંદર વસ્ત્રોમાં સજ્જ હતા. એક પછી એક એન્ટ્રી આવતી ગઈ. એકએકથી ચડિયાતા ગીતો ગવાતા હતા. હવે વારો આવ્યો શોભા - ધીરજબહેનનો, શોભાએ શરૂઆત કરી, "સો સો સાલ જીઓ હમારી સાસુજી..." ગીતો

ગવાતા ગયા. સાસુ વહુ થાકતા ન હતા આજે. હવે ધીરજબેને અચાનક જ ગીત ચાલુ કર્યું. "ઈના, મીના, ડીકા...." અને હોલ તાળીઓના ગડગડાટથી ગૂંજી ઊઠ્યો.

પાંચ મિનિટ સુધી આ ગીત ચાલુ રહ્યું અને હોલમાં જેટલા લોકો હતા તે બધા ઊભા થઈને ડાન્સ કરવા લાગ્યા.

હવે નિર્ણયની ઘડી આવી પહોંચી સ્વભાવિક જ છે કે પહેલું ઈનામ તો શોભા અને ધીરજબહેનને મળ્યું. ધીરજબહેનને માઈક ઉપર બોલવાનું કહેવામાં આવ્યું. ધીરજબહેને શરમાઈને માઈક પતિદેવના હાથમાં થમાવ્યું. વલ્લભદાસભાઈએ બંનેની પ્રેમગાથાની વાતો કરી અને સૌ છૂટા પડ્યા.

શોભા વિચારતી જ રહી કે આ ઉંમરે પણ આટલો પ્રેમ કેવી રીતે હોઈ શકે!

આ રવની રાખડી

'મારે ઘરે આવજે બેની નાની તારી ગૂંથવા વેણી'..

આ સાંભળીને ચાર વર્ષના આરવને કંઈ સમજાતું તો ન હતું. મમ્મી એને મોબાઇલમાં કંઈક સાંભળવાનું કહીને ગઇ રોટલી કરવા, કંઈ ન સમજાતા શાલિનીને કહ્યું, "આ બહુ સરસ છે પણ મને બહુ કંઈ સમજાતું નથી."

"તું મને કહે" શાલિનીએ કહ્યું, "હું રોટલી કરી લઉં પછી તને સમજાવું. આ રક્ષાબંધન આવે છે ને દીકરા.." આ સાંભળીને મલયભાઈ કહે, "દીકરા હું તને સમજાવીશ. મમ્મી રોટલી કરી લે પછી વાત."

ત્રણે જણા પરવારીને બેઠા. શાલિની અને મલય રાખડી બનાવવાનો સામાન લઈ આવ્યા હતા તે કાઢીને રાખડી બનાવવા લાગ્યા ને સાથે સાથે આરવને સમજાવતા ગયા.

નાનો આરવ તો નાચવા લાગ્યો ને ગાવા લાગ્યો, "મારા ઘરે આવજે બેની નાની, તારી રાખડી બાંધવા."

મલય અને શાલિની બંને હસવા લાગ્યા. અચાનક જ આરવ કહે, "મારે તો બહેન નથી. તો મને કોણ રાખડી બાંધશે?

મલય પાસે જવાબ તૈયાર જ હતો, "તને તારી સરલામાસીની દીકરી રાખડી બાંધવા આવશે, તે તારી બહેન જ થાય."

આરવે કહ્યું, "રિયા તો બહુ નાની છે તે કેવી રીતે મને રાખડી બાંધશે?"

શાલિનીએ કહ્યું, "તું જોજેને સરલામાસી તેને લઇને આવશે ને રિયા વતી તારી પૂજા કરીને રાખડી પણ તે બાંધી દેશે."

ગુરુવારે રક્ષાબંધનના દિવસે આરવના ઘરે તો રિયા, સરલામાસી અને માસા આવી પહોંચ્યા. આરવને હવે રક્ષાબંધન વિશે બધું જ બરાબર સમજાઇ ગયું હતું અને નાનકડી રિયા માટે તે ભેટ પણ લાવ્યો હતો. ચોકલેટને જોઇને બે વર્ષની રિયા પણ ખુશ થઇ ગઇ.

બધાં જમી રહ્યાં પછી આરવે શાલિનીને કહ્યું, "મમ્મી પેલું ગીત મોબાઇલમાં મૂકી દો ને, મને સાંભળવું છે.."

ત્રેલડું

કિશોરભાઈ અને વનિતાબેનના ત્રણ પૌત્રોનો આજે સાતમો જન્મદિવસ હતો. ખૂબ જ મંગલમય વાતાવરણ હતું. કિશોરભાઈને બે મોટા ભાઈ અને એક બહેન હતી. બે મોટા ભાઈઓના ઘરે સંતાન ન હતું. કિશોરભાઈએ અને વનિતાબેનએ પણ ઘણી બાધા આખડીઓ લીધી હતી પરંતુ સંતાન સુખ પ્રાપ્ત થયું નહતું અને વંશવેલો આગળ વધે તેમ ન હતું. મહેશભાઈ અને નરેશભાઈએ તો હાથ ધોઈ નાખ્યાં હતા પરંતુ કિશોરભાઈ અને વનિતાબેનને ગમે તેમ કરીને બાળક જોઈતું જ હતું.

અંતે લગ્નના સોળ વર્ષ પછી પણ વનિતાબેનનો ખોળો ન ભરાતાં બંનેએ સંતાન દત્તક લેવાનો વિચાર કર્યો. ભગવાનની લીલા પણ અપરંપાર છે.

એક દિવસ મંદિરે પગે લાગીને બંને જણા ગાડીમાં બેસવા જતાં જ હતાં ત્યાં બાળકના રડવાનો અવાજ આવ્યો. આજે તો મંદિરમાં પૂજારી પણ ન હતા, ન તો કોઈ દર્શન કરવા આવ્યું હતું તો કેમ આજે આમ!? બંને રડવાના અવાજ તરફ ગયા ને જોયું તો લાલ કલરના કપડામાં વીંટેલું એક બાળક રડી રહ્યું હતું.

"શું કરવું?" બંને વિચારમાં પડ્યાં. થોડીવારમાં વનિતાબેને કહ્યું કે, "આપણે શેરમાટીની ખોટ છે. આ બાળકને આપણે જ ઉછેરીએ તો?"

કિશોરભાઈ તરત જ બોલ્યાં, "એમ ને એમ થોડું ઘરે લઈ જવાય છે. કોનું છે તે કેમ ખબર વળી.

ગામના મુખીને પૂછીને કરીએ તો ઠીક" - વનિતાબેને હકારમાં સંમતિ આપી.

બાળકને લઈને મુખીને ત્યાં પહોંચ્યા અને બધી વાત કરી. મુખી પણ વિચારમાં પડ્યાં કે આમ કેમ! અને પૂજારી નથી તેનો મતલબ શું થતો હતો? બધાં વિચારમાં જ ડૂબેલા હતા ત્યાં મુખીના કામવાળા બેન આવ્યા તેણે કહ્યું કે, "પૂજારી અને બિંદુનું આ સંતાન છે અને આ દીકરાને મૂકીને બંને ભાગી છૂટ્યા છે; આ સાહેબ અને શેઠાણીને જો આ દીકરો રાખવો હોય તો મુખીજી, નાના મોઢે મોટી વાત પણ તેને આ દીકરો દત્તક દેવાની કારવાહી કરી જ નાખો."

આ સાંભળીને મુખીએ વનિતાબેન સામે જોયું, તેણે અને કિશોરભાઈએ હકારમાં સંમતિ આપી. તે દિવસે અખાત્રીજ હતી. વનિતાબેનના આનંદનો પાર ન હતો.

હવે વધુ સમય ન બગાડતાં મુખીએ કાર્યવાહી શરૂ જ કરી દીધી. નામકરણ પણ ત્યારે જ કરી દેવામાં આવ્યું. વનિતાબેન અને કિશોરભાઈએ મોટીબેન અને બે ભાઈઓને સમાચાર આપવા ફોન કર્યો. મોટીબેને દીકરાનું નામ વિશાલ રાખ્યું.

એ જ આ વિશાલની ઘરે આજે ત્રેલડાંનો સાતમો જન્મદિવસ ઉજવવામાં આવી રહ્યો હતો તો ફૈબાએ ભાઈને ટકોર કરી કે, "આ ત્રણેયને સાથે સાથે જનોઈ પણ દઈ દેવી હતી ને!"

કિશોરભાઈએ કહ્યું કે, "આવતે વર્ષે એ કાર્યક્રમ કરશું એમ વિશાલ કહેતો હતો એટલે એ બહાને ફરી પાછાં આપણે ભેગાં થઈએ."

આ સાંભળીને સૌ ખુશ થયા અને રામ, રતન અને રોહિત એક સાથે કેક કાપી રહ્યાં

વૈદેહી

માઇક્રોબાયોલોજી સાથે છેલ્લા વર્ષમાં અભ્યાસ કરતી વૈદેહીનો આજે એકવીસમો જન્મદિવસ હતો અને તેની પરીક્ષા પણ હતી. પણ વૈદેહીને જન્મદિવસ કરતાં પણ તેની પરીક્ષામાં વધારે રસ હતો. વળી, પ્રેકટીકલમાં પણ વૈદેહીએ સરસ મજાનો તેને ગમતો વિષય લીધો હતો કારણકે કોલેજના પ્રિન્સિપાલ, લેક્ચરર, પ્રોફેસરો અને દેશના મહાનુભાવોએ લીધેલ નિર્ણયને કારણે થોડી છૂટછાટ આપવામાં આવી.

વૈદેહીનો વિષય હતો કે કોરોનાકાળમાં જે લોકોએ કહો કે આખી દુનિયાએ વત્તેઓછે અંશે મહામારી ભોગવી છે અને તેનો અંત પણ હજુ સુધી આવ્યો નથી તો લોકોને આ મહામારીથી બચાવવા શું કરવું? અને તાજેતરમાં જ પાંચમી લહેર પ્રસરી રહી છે તેના લક્ષણો તે તપાસવાની હતી અને એક પ્રયોગ તો પોતાની જાત પર પણ કરવાની હતી.

સમયસર કોલેજે પહોંચી અને હોંશે હોંશે પ્રેક્ટિકલ પરીક્ષાની તૈયારી કરવા લાગી. એકદમ ધ્યાનથી ચાર લોકોના નમૂના લીધાં અને ધ્યાનથી તપાસવા લાગી. તેમાંથી ત્રણ લોકોને પોઝીટીવ રીઝલ્ટ આવ્યું એટલે તે એકદમ સચેત બની ગઈ. કારણકે હવે તેને પોતાનો ટેસ્ટ પણ કરવાનો હતો.

ગ્લોવ્ઝ, એપ્રન વગેરે તો પહેર્યા જ હતા પણ સુપરવાઈઝરની નજર પડતા અને રીઝલ્ટ અંગેની ચર્ચા કરતાં તેમણે સલાહ આપી કે તમે આંખ અને વાળને પણ કવર કરી લો અને ગ્લોવ્ઝ, એપ્રન વગેરે બદલી કાઢો.

વૈદેહીએ તે પ્રમાણે કર્યું. એકદમ સાવચેતીથી પોતાનો ટેસ્ટ કર્યો. જ્યારે તે ટેસ્ટ કરતી હતી ત્યારે મનોમન ભગવાનને પ્રાર્થના પણ કરતી હતી કે, "હે ભગવાન, મારું રીઝલ્ટ નેગેટીવ આવે તો સારું."

જાણે ખરેખર ઈશ્વરે તેની પ્રાર્થના સાંભળી હોય તેમ રીઝલ્ટ નેગેટિવ જ આવ્યું. ત્યારપછી થિયરીની પરીક્ષા હતી. ગ્લોવ્ઝ, એપ્રન, માસ્ક, વગેરે બદલાવીને તે પરીક્ષાખંડમાં દાખલ થઇ. મન થોડું ઉચ્ચક થઇ ગયું હતું. પોતે એકપણ વેક્સિન લીધી ન હતી એટલે મનમાં એક જાતનો ડર પણ હતો કે કદાચ રીઝલ્ટ પોઝીટીવ આવ્યું હોત તો શું કરત?

શાંત ચિત્તે પેપર લખીને ફટાફટ ઘરે પહોંચીને સીધી નહાવા જ ચાલી ગઇ. અડધી કલાક સુધી ગરમ પાણીથી બસ નહાયા જ કર્યું ને મનમાં નક્કી કર્યું કે વેક્સિન તો હવે લેવી જ પડશે.

જન્મદિવસ હોવાથી ઘરના બધાં તેની રાહ જોઇને જ બેઠાં હતા. જેવી હોલમાં આવી એટલે બધાંએ જન્મદિવસની શુભેચ્છા પાઠવી. વૈદેહીને આ પસંદ જ નહોતું છતાં બધાંને રાજી રાખવા કેક કાપ્યો અને

પછી મમ્મીની પરવાનગી લઈને ફેમિલી ડોક્ટરને વેક્સિન માટે કોલ કર્યો અને જણાવ્યું કે, "ડોક્ટર અંકલ, જો શક્ય હોય તો અમારા ઘરના બધાંને આજે જ વેક્સિન આપી દો અને હોમવિઝિટ કરો તો વધુ સારું કારણકે દાદા દાદીને એકલા મૂકીને અમે ત્યાં નહીં આવી શકીએ."

ડોક્ટરે બરાબર રાતના નવ વાગ્યાનો સમય આપ્યો અને ઘરના બધાં જ લોકોને વેક્સિનનો પ્રથમ ડોઝ પાંચમી લહેરમાં આપી દીધો.

હવે વૈદેહીનું મન કંઈક શાંત પડ્યું. એક મહિના પછી પરીક્ષાનું પરિણામ પણ આવી ગયું. વૈદેહી યુનિવર્સિટીમાં પ્રથમ નંબરે આવી હતી ત્યારે તે વિચારી રહી કે, હવે આગળ અભ્યાસ માટે કંઈ યુનિવર્સિટીમાં એડમીશન લેવું?

પી.એચ.ડી.

"કરમ કા લેખ મિટે ના રે ભાઈ,

ચાહે હો રાજા ચાહે ભિખારી,

ઠોકર કભી મત....." ને ઠોકર વાગતાં જ સુનંદા ગબડી પડી.

સુનંદા જ્યોતિષશાસ્ત્રનો અભ્યાસ કરતી એક પી.એચ.ડી. ની વિધાર્થિની હતી. એમ.એ.ના અભ્યાસ પછી જ્યોતિષશાસ્ત્રમાં વધારે રસ જાગતા તેણે પીએચડી કરવાનું વિચાર્યું હતું. એક શાળામાં શિક્ષિકાની નોકરી બજાવતાં સાથે ડોક્ટરેટની ડીગ્રી પણ હાંસલ કરવી હતી. આ તેનું નાનપણનું એક સરસ મજાનું સ્વપ્ન હતું.

આજે તેનું મન કંઈક નવું જ કરી બતાવવાની જંગે ચડ્યું હતું. એમ કહો ને કે તેનું મન અવળચંડુ બન્યું હતું. ખૂબ જ ખુશ હતી. તૈયાર થઈને ફટાફટ સ્કૂટી કાઢીને સપનાઓની પાંખે સ્કૂલે પહોંચી. સ્કૂલના તોતિંગ દરવાજા તરફ જોયું તો મોટું તાળું લટકતું હતું અને બહાર પટાવાળા ભાઈ બેઠા હતા. સૂચક નજરે સુનંદા તરફ જોઈને કહ્યું કે, "પ્રિન્સિપાલનું ગઈકાલે રાતે અવસાન થતાં શાળામાં રજા રાખવામાં આવી છે."

સુનંદાને તો તેના બધાં સપનાઓ કડડભૂસ થતાં લાગ્યા. હવે શું કરીશ? આજે તો ખાસ મારી સાથે મારા પી.એચ.ડી.ની ચર્ચા કરવાના હતા અને પછી છેલ્લું પ્રકરણ લખી યુનિવર્સિટીમાં સબમિટ કરવાની હતી. નિરાશ થઈને ફરી સ્ફુટીને કીક મારતી હતી ત્યાં જ પ્રિન્સિપાલની દીકરી સામેથી ગાડી લઈને આવતી જણાઈ.

તેણે સુનંદાને એક કાગળ આપતા કહ્યું કે, "મમ્મીએ આ કાગળ ગઈકાલે સાંજે તમારા માટે તૈયાર કર્યો હતો. તમે જરા જોઈ લેશો."

સુનંદા બે હાથ જોડીને તેનો આભાર માની રહી અને પ્રિન્સિપાલની દીકરી ઝડપથી ગાડીને હંકારી ગઈ. સુનંદાને સમજ પડતી નથી કે આટલી ઝડપથી તે કેમ ચાલી ગઈ?

જે હોય તે બધા વિચારો મનમાંથી ખંખેરી નાખીને પેલો કાગળ ખોલીને વાંચવા લાગી. એ કાગળમાં ફક્ત 3 જ લીટી હતી.

1) આરંભ અને અંત એકબીજાના પૂરક છે.

2) અંત વગર પરિવર્તન શક્ય નથી.

3) પરિવર્તનશીલ આ જગતમાં કશું જ અશક્ય નથી.

હવે આનો શું અર્થ સમજવો! વળી પાછી સુનંદા વિચારમાં પડી ગઈ અને સ્કૂટીને કીક મારી યુનિવર્સિટીની દિશા તરફ જવા લાગી. રસ્તામાં બધા જ પ્રશ્નોના જવાબ તેને મળી ગયા હતા. લાઈબ્રેરીમાં જઈને ફટાફટ છેલ્લું પ્રકરણ લખીને સબમિટ કરી દીધું.

જ્યારે પરિણામ આવ્યું ત્યારે તે ખુશીથી નાચી ઊઠી. પી.એચ.ડી. નો તેનો નિબંધ યુનિવર્સિટી દ્વારા સ્વીકારવામાં આવ્યો હતો અને તે મનોમન પ્રિન્સિપાલને વંદી રહી.

દુબઈનગરી

પહાડોની ટેકરીઓ ચડું કે સાગરને તળિયે જઈને જોઉં કે પછી આભલે જ ઊડ્યાં કરું! પચ્ચીસ વર્ષની રોશનીને સમજાતું ન હતું કે શું કરવું.

આજે કિલિમાન્જારો - મોશીની ફ્લાઈટ કેન્સલ થવાથી રોશનીને થયું ચાલ દુબઈમાં એક હાસ્ય કલાકારનો કાર્યક્રમ છે તો ત્યાં ત્રણ ચાર કલાક તેને સાંભળું તો કંઈક સારુ લાગશે.

ફટાફટ તૈયાર થઈને તે શો પર પહોંચી. ભારત દેશથી પધારેલ હાસ્ય કલાકારે શરૂઆતથી બધાંને હસતાં રાખ્યાં હતાં. વચ્ચે વચ્ચે દુહા, છંદ, લોકગીત ગાઈને પ્રેક્ષકો અને શ્રોતાગણનું મનોરંજન કરી રહ્યા.

ગરમી પણ સખત હતી. હોલ તો એરકન્ડિશન્ડ હતો પણ બહાર ખાણી- પીણીના સ્ટોલ પર ગરમીનું પ્રમાણ વધુ હતું.

દુબઈ એટલે દુનિયાના બધાં દેશોને સાંકળતું ઇન્ટરનેશનલ સ્થળ અને એરપોર્ટની જાહોજલાલી જોવા માટે દૂર દેશથી લોકો આવે. એમાં વળી દુબઈનું સોનું જોઈ બધાં લોકો લલચાઈ જાય એની ઝાકમઝોળ

જોઇને, કંઈ જ ન લેવું હોય તો પણ બે ત્રણ તોલા સોનું તો અવશ્ય લઇને જાય.

લોંગ આઇલેન્ડની રહેવાસી રોશનીને દુબઇ બહુ જ પસંદ આવી ગયું. ધીમે ધીમે તે દુબઇને પ્રેમ કરવા લાગી હતી. માત્ર એરપોર્ટ પર જ આવન જાવન કરનારી રોશનીને આજે દુબઇનું હૃદય જોવાનો ચાન્સ મળતા તેનું હૃદય પુલકિત થઇ ઉઠ્યું હતું.

તે વિચારી રહી કે હવે દુબઇ જ સ્થાયી થવું છે પણ મમ્મી પપ્પા જરાય છૂટ નહીં આપે.

કાર્યક્રમ ફરી શરુ થયો હાસ્ય કલાકારે ફની દુહા, છંદ, હાસ્ય સાથે ક્યારેક કરુણતા ભરી ગઝલો અને ગીતો પણ ગાયાં.

તેમના શબ્દે શબ્દે રોશની ગુજરાતી ગરિમાના કળણમાં ઊંડી ઉતરતી જ જતી હતી. કાર્યક્રમ ક્યારે પૂરો થયો તેની તેને ખબર જ ન પડી. બધાં પ્રેક્ષકો ચાલ્યા ગયા ત્યારે ફક્ત બે જ લોકો તે હોલમાં હતાં રોશની અને આકાશ.

આકાશ લંડનનો વતની હતો તેની સ્થિતિ પણ રોશની જેવી જ હતી. રોશનીને બેઠેલી જોઇને 'હાય' કહેતા શેકહેન્ડ કરવા હાથ લંબાવ્યો. રોશની પહેલાં તો ધ્રુજી ગઈ કે આ અચાનક કોણ આવ્યું! આકાશ

લંડનથી કિલિમાન્જારો - મોશી તેના મામાને ઘરે જતો હતો, એટલે તે પણ આ કાર્યક્રમ જોવા આવ્યો હતો.

સવારે નવ વાગે હવામાન સારુ હશે તો જ ફ્લાઈટ મોશી જશે તેવું એનાઉન્સમેન્ટ થયું હતું.

' હાય ' કહીને રોશનીએ વળતો ઉત્તર આકાશને આપ્યો. દુબઇ નગરી વિશે થોડી વાતચીત કરતાં કરતાં બંને હોલની બહાર આવ્યા. વહેલી સવારના ત્રણ વાગ્યા હતા. વાતાવરણમાં થોડી ઠંડક પ્રસરી જતી હતી. બંને એરપોર્ટની હોટલમાં પાછા ફર્યા ત્યારે સવારના પાંચ વાગ્યા હતા. રોશનીને હવે જરા આરામ કરવો હતો. જો કે બે કલાક પણ સૂવા મળે તો સારું એમ તેને લાગતું હતું.

આકાશને ગુડ નાઈટ કહી રૂમ તરફ જતી હતી. ત્યાં આકાશે કહ્યું, "મેડમ, ગુડ નાઈટ નહીં દુબઇમાં સવાર થઈ ચૂકી છે. ગુડ મોર્નિંગ કહો." ને હસતાં હસતાં તે પણ તેના રૂમ તરફ ચાલ્યો ગયો.

નવ વાગ્યાની ફ્લાઈટ હતી એટલે રોશની તો આઠ વાગ્યાની એરપોર્ટ પર ડ્યુટી બજાવવા પહોંચી ગઈ હતી. આકાશ પણ સાડા આઠ થતાં બોર્ડિંગ પાસ સાથે કાઉન્ટર પર હાજર થઈ ગયો. વાતાવરણ સારું હોવાથી ફ્લાઈટ સમયસર હતી.

ચેકિંગ કાઉન્ટર પર જ રોશનીનો ફરી ભેટો થઇ ગયો ને 'હાય' કહેતાં જરા મલકાયો. રોશની પણ જરા મલકાઇ ને ડ્યુટી બજાવવામાં ફરી લાગી ગઇ.

આકાશ અને રોશની એકબીજા તરફ આકર્ષાઇ ચૂક્યા હતાં. આકાશને અને રોશની દુબઇમાં સ્થિર થવાનું મન થતું હતું. નંબરની આપ લે થઇ ગઇ હતી. પ્લેનમાં તો વધુંવાત થાય નહીં એટલે 'બાય' કહીને બંને પોતપોતાના રસ્તે ચાલ્યા ગયા.

બે મહિનાના અંતે રોશની અને આકાશ બંને પ્રભુતામાં પગલાં માંડી રહ્યા હતાં. આકાશે દુબઇમાં પોતાની ઇન્સ્યોરન્સ કંપનીની ઓફિસ ખોલી હતી અને રોશનીએ એરહોસ્ટેસનું કામ ચાલુ રાખ્યું હતું. હવે દુબઇ તેઓનું ઘર હતું.

બરાબર પાંચ વર્ષ પછી રોશનીને ખોળે સરસ મજાની દીકરીનો જન્મ થયો તેનું નામ પાડવામાં આવ્યું 'હીર'. એરહોસ્ટેસ નોકરી તો છોડવી જ પડી પણ તેનો તેને જરાય ડંખ ન હતો. કારણ કે, આકાશ અને હીરે તેને આ સુંદર જિંદગી આપી હતી. કહો કે તેનું સ્વપ્ન સાકાર કર્યુ હતું.

મુક્તિનો તિરંગો

આફ્રિકા, દુબઇ, કેનેડા, ભારત, ઓસ્ટ્રેલિયા, અમેરિકા બધાં દેશમાંથી મહેમાનો લંડન યુકે. હીથ્રો એરપોર્ટ પર આવી પહોંચ્યા.

માધુરીના સિવિલ મેરેજની બધી તૈયારીઓ થઇ ચૂકી હતી. તેમાં આવ્યો રક્ષાબંધન અને ૧૫મી ઓગસ્ટનો રાષ્ટ્રીય તહેવાર. બધાં મહેમાનો આ બંને તહેવારોને પ્રેમથી માણવાની તૈયારીમાં હતાં.

અચાનક ૧૪મી ઓગસ્ટે રાતે બરાબર બાર વાગે એક ધડાકો થાય છે. આ સાંભળીને લંડન શહેર આખું ધ્રૂજી ઊઠ્યું. બધાં સફાળા જાગી ગયા અને બહાર પણ નીકળી ગયા. નાના બાળકોને લઇને માતાઓ રીતસર રસ્તા ઉપર આવી ઊભી રહી ગઇ.

પોલીસની સાયરનો, એમ્બ્યુલન્સના કાન ફાડી નાખે તેવા અવાજો, નાના છોકરાઓની કિકિયારીથી, સ્ત્રી પુરુષોની બૂમાબૂમથી, ધરતીથી આકાશ સુધી બૂમરાણ મચી ગઇ.

કોઇને કશો જ ખ્યાલ આવતો ન હતો. કેટલા બધા ઘાયલ થઇને આમ તેમ દોડીને પોતાના સગાવાલાઓ શોધી રહ્યાં હતાં. ટી.વી., રેડિયો પરથી સમાચારો વહેતા થયાં.

પંદરમી ઓગસ્ટની સવારે કુદરતે આકાશમાં કેસરી રંગોથી રંગોળી પૂરી. પણ એ સવાર લંડનમાં રહેતા લોકો માટે લોહિયાળ બની ગઈ. હજી લોકો નાસભાગ કરતાં પ્રિયજનોને શોધી રહ્યાં હતાં. કેટલાક મોતને શરણ થઈ ચૂક્યા હતાં. કેટલાક ઘાયલ લોકો હોસ્પિટલમાં સારવાર લઈ રહ્યાં હતાં અને દર્દીઓની ચીસોથી હોસ્પિટલ રડી ઊઠી.

શહેરનો કેટલોક ભાગ સાવ શાંત હતો. લોકો ઘરે ઘરે ધ્વજવંદનની તૈયારીઓ કરી રહ્યાં હતાં. અચાનક જ ટીવીમાં બતાવવામાં આવ્યું કે વડાપ્રધાને રાષ્ટ્રીય ઈમર્જન્સીની જાહેરાત કરી છે અને દેશનો ઝંડો અડધી કાઢીએ ઉતરતો જોવામાં આવ્યો.

આ દ્રશ્ય એક પાંચ વર્ષની દીકરી મુક્તિ જોઇ જાય છે અને તેની મમ્મી ભારતીને કહે છે, "ના ના મમ્મી, આજે આવું ન કરાય હોં." ભારતી બહુ કંઈ સમજતી નથી એટલે સમાચાર વિગતવાર જોઈ રહેલા મુક્તિના પિતા ભરતભાઈ ભારતીને કહે છે કે રાષ્ટ્રીય ઈમર્જન્સીને કારણે બ્રિટનનો ઝંડો અડધી કાઠીએ જોઈને મુક્તિથી સહન થતું નથી.

મુક્તિએ રાત્રે કરેલી વાત ભારતીને અચાનક યાદ આવે છે અને મુક્તિને ખોળામાં બેસાડીને બધું ધીમે ધીમે સમજાવે છે પણ મુક્તિ જેનું નામ તે માનતી જ નથી.

"મારા દેશનો તિરંગો ઉપર જ હોવો જોઇએ." વારંવાર બોલીને ધ્રૂસકે ધ્રૂસકે રોઇ પડે છે.

"મારે માધુરી માસીના લગ્નમાં પણ જવું છે. હેં મમ્મી, માધુરી માસીના લગ્ન તો થશે ને? મારે સાડી પહેરવી છે, પછી મારે ઘાઘરાચોળી પહેરવા છે." મુક્તિ તેની કાલીઘેલી ભાષામાં મનોમન બબડતી રહી. ભરત અને ભારતી અનિમેષ નયને મુક્તિને જોઇ રહ્યાં હતાં. ત્યારે જ બાજુના મંદિરમાં ઘંટનાદ થયો. આ સાંભળીને મુક્તિ કહે, "ચાલો મંદિરે જઇએ, તો મારો કા'નો સૌ સારાવાના કરશે. ભરત અને ભારતી ફટાફટ તૈયાર થઇને મંદિરે જવા નીકળી પડે છે. મંદિર સુધી પહોંચતા પહોંચતા તે લગ્નગીતો પણ લલકારતી જાય છે. સમજ કંઇ પડતી નથી પણ ઠેકડા મારતાં, નાચતાં કૂદતાં મંદિરે પહોંચે છે.

મંદિરમાં પણ મૃત્યુ પામેલા લોકોને શ્રદ્ધાંજલિ અપાઇ રહી હોય છે, ત્યારે મુક્તિ પણ બે હાથ જોડીને ત્યાંજ ઊભી રહી જાય છે. શ્રદ્ધાંજલિ બાદ મંદિરમાં ધ્વજવંદનનો પણ કાર્યક્રમ હતો. ઘણી શાળાઓના વિધાર્થીઓએ તૈયારી કરી હતી. પણ અમુક વાલીઓ અને વિધાર્થીઓની કમી જણાતી હતી. શું થયું હશે? બધાં સલામત તો હશે ને! સૌના મોં પર ચિંતા તો હતી પણ તિરંગાને માન આપવાનું હતું.

થોડીવારમાં બધાં ધ્વજવંદન માટે તૈયાર થયા. શોકભરી નજરે તિરંગાને સલામી આપી, બાળકોને નાસ્તો આપીને બધાં વિરમી ગયા. કોઈને કાર્યક્રમમાં રસ ન હોવાથી સૌ પોતપોતાના ઘરે ચાલ્યા ગયાં!

મુક્તિ હજી મંદિરમાં જ હતી. ભરતભાઈ અને ભારતીબેને તેને ઘરે જવા સમજાવવા માંડ્યું, પરંતુ મુક્તિ બે હાથ જોડીને હજુ એમ જ ઊભી હતી. અચાનક જ બાલકૃષ્ણનો હિંડોળો ઝૂલાવવા લાગી અને બોલી, " હે મારા કાનુડા, તમે હવે જલ્દી જન્મ લઈ લો. કારણ કે, આ ધરતી પર ભાર વધી ગયો છે. રાક્ષસીવૃત્તિઓનો વધ કરવા જલ્દી પધારો."

ભરતભાઈ અને ભારતીબેન અવાચક બની મુક્તિને નિહાળી રહ્યા.

અચાનક જ મંદિરમાં અંધારું થઈ ગયું. મુક્તિ ખૂબ જ ડરી ગઈ. અને મમ્મી મમ્મી કહી રડવા લાગી. કોઈને કશું જ દેખાતું નથી. મંદિરમાં તો મીણબત્તી ક્યાં મળે એમ હજુ ભરતભાઈ અને ભારતીબેન વિચારતા હતા. ત્યાં કૃષ્ણ ભગવાન પાસેના એક હિંડોળામાં અચાનક દીવો પ્રગટ થયો. સાથે સાથે આકાશવાણી થઈ. " મુક્તિ, તારા કહેવા મુજબ હું જન્મ વહેલો ધારણ કરી રહ્યો છું અને તારી બધી ઈચ્છાઓ પૂર્ણ કરીશ.

કારણકે તારી ભક્તિ સાચી છે. મુક્તિ તો આ સાંભળી રહી હતી. પણ તેને કંઈ જ સમજાતું ન હતું. ત્યાં તો આ શું!

સાક્ષાત્ બાલકૃષ્ણ હિંડોળામાં ઝૂલી રહ્યા છે. અને મુક્તિ સાથે રમત કરી રહ્યા છે. ભારતીબેન અને ભરતભાઈને કશું જ સમજાયું નહિ. અનિમેષ નયને બાળકૃષ્ણની લીલાને માણી રહ્યાં હતાં.

થોડીવાર પછી મુક્તિ જાણે ફરી પાછી આ દુનિયામાં આવી ગઈ અને કહે ચાલો હવે આપણે માધુરી માસીના લગ્નમાં જઈએ.

ભરતભાઈ કહે "બેટા સાંજે તો હજી સંગીત સંધ્યામાં જવાનું છે અને લગ્ન તો કાલે સવારે છે."

તે દિવસે સાંજે બધાંએ પહેલા મુક્તિના તિરંગાને સલામી આપી અને સંગીત સંધ્યાની મજા માણી રહ્યાં.

સીન્ડીનો પુરસ્કાર

અમેરિકા, લંડન, સિડની, અને કેનેડામાં સ્થાયી થયેલી ચાર સહેલીઓ સવારે જ અમદાવાદ ઇન્ટરનેશનલ એરપોર્ટ પર પોતાના દેશની ધરતીને ચૂમી રહી.

મીરા, રીમા, સવિતા, કવિતાને લેવા માટે ક્રિષ્ના હાજર થઈ ગઈ હતી. લગભગ દસ વર્ષ પછી પાંચેય સહેલીઓ એક સાથે ભેટી પડી. ને ગંગા જમના સરસ્વતી સાથે જ ઉભરાઈ આવ્યા.

રાજકોટ પહોંચી બધાં ફ્રેશ થઈને હોટલના એક સેમિનારમાં સમયસર પહોંચી ગયા. દુનિયાના લગભગ વીસેક દેશોમાંથી લોકો આવી ચૂક્યા હતાં. સેમિનારનો વિષય હતો 'પૃથ્વીની સુરક્ષા'

વારાફરતી બધાં પોતપોતાના મંતવ્યો જણાવતા ગયા. આખો દિવસ સરસ રીતે પસાર થયો. બધાં દેશના પ્રતિનિધિઓ એકબીજાને મળ્યા. વિચારોની આપ લે થઈ. ખૂબ જ સરસ રીતે પોતાના દેશમાં ચાલી રહેલી પર્યાવરણ અંગેની કામગીરીને વર્ણવી રહ્યા હતાં. દરેક દેશની કામગીરીમાં એક વસ્તુ કોમન હતી. પ્લાસ્ટિક અને તેમાંથી બનતી વસ્તુઓ.

કઈ રીતે દૂર રહેવું, આ પ્લાસ્ટિકથી? શું નુકસાન થાય છે, તેનાથી બચવા માટે શું શું કરવું જોઇએ? તેના પર ચર્ચા વિચારણા ચાલુ હતી.

સીન્ડીને કાને આ વાત વારંવાર અથડાયા કરતી હતી તે થોડું સમજતી હતી પણ એને રસ પડી રહ્યો હતો. તરત જ ક્રિષ્ના પાસે આવીને કહે કે "મને બહુ સમજાતું નથી પણ મને કહેશો કે તમે શું ચર્ચા કરી રહ્યા છો?"

તરત જ ક્રિષ્ના એ પાસે બોલાવીને બધી જ વાત સમજાવી. મધ્યમવર્ગની આઠમા ધોરણમાં ભણતી સીન્ડીએ કહ્યું કે મારી મમ્મી અને હું તમને મદદ કરી શકીએ એમ છીએ. વળી મમ્મીને અત્યારે જોબ નથી તો તે જરૂર હેલ્પ કરશે એવું મારું માનવું છે.

સીન્ડીની વાતને ક્રિષ્નાએ વધાવી લીધી અને સીન્ડીની મમ્મીને ફોન જોડી જ દીધો અને ઉત્સાહથી સીન્ડીની મમ્મી વસુધાએ આ વાતને વધાવી લીધી.

બરાબર છ મહિના પછી ફરી આ બધી સખીઓ ભેગી થઇ રહી હતી પણ આ વખ્ત તેમનો હેતુ જુદો હતો. સીન્ડી અને તેની મમ્મીને ઇન્ટરનેશલ લેવલે પુરસ્કાર મળવાનો હતો, આખી દુનિયાના લોકો ટીવી

પર સીન્ડી અને વસુધાના 'પૃથ્વીની સુરક્ષા ' પ્રોજેક્ટનો પુરસ્કાર સ્વિકારતાં નિહાળી રહ્યાં.

પર સીન્ડી અને વસુધાના 'પૃથ્વીની સુરક્ષા ' પ્રોજેક્ટનો પુરસ્કાર સ્વિકારતાં નિહાળી રહ્યાં.

પડછાયો

ઝૂમ મીટીંગ

આખા વિશ્વના વોટ્સએપ ગ્રુપના એડમીનની આજે ઝૂમ મિટિંગ હતી. બધાં ખૂબ જ આતુર હતા કે આજે વોટ્સએપના માલિક શું કહેવાના હતા? આજે વિશ્વના બધા જ ગ્રુપને આઠ કલાક માટે બંધ કરી દેવામાં આવ્યા હતા. તો શું ચર્ચા થવાની હતી? કેમ આવું કરવામાં આવ્યું હતું? પ્રશ્ન કરોડો હતા. જવાબ એક પણ ન હતો.

સમયસર મીટીંગ ચાલુ થઈ બધાં જ એડમીન પાંચ મિનિટમાં હાજર થઈ ગયા. ઝૂમ મીટીંગના એડમીને સરસ રીતે આવકાર્યા.

મીટીંગનો મુખ્ય હેતુ હતો કે પહેલા તો વિશ્વમાં જેટલા ગ્રુપ છે તેની સંખ્યા ૭૦ ટકા ઓછી કરી નાખવી. એવા ગ્રુપ બંધ કરવા કે જે ફક્ત ગુડ મોર્નિંગ અને ગુડ નાઈટના મેસેજ કરે છે. બધાં એડમીનો સહમત થયા કે વાત સાચી છે અને તેને કારણે લોકોની દિનચર્યા પર અને સ્વાસ્થ્ય પર અસર થઈ રહી છે. તો પછી કયા ગ્રુપ ચાલુ રાખવા? બધાંને પ્રશ્ન થયો.

હવે ઝૂમનાં એડમીને પ્રશ્ન પૂછ્યો

કોણ આનો જવાબ આપશે? તરત જ ભારત દેશના માત્ર ૨૦ વર્ષની વયના એડમીને હાથ ઊંચો કર્યો જાણે તેને બધી ખબર જ હતી.

વીસ વર્ષના એ ભારતના એડમીને શરૂ કર્યું. તેઓએ કહ્યું તે બધાં એડમીનો શાંત ચિત્ત સાંભળી રહ્યા અને કેટલાક તો નોટ પેનમાં મુદ્દાઓ ટપકાવવા લાગ્યા. તે મુદ્દાઓ નીચે મુજબ છે.

1.સાહિત્ય, વિજ્ઞાન, સ્વાસ્થ્ય, બધી કળાઓ, દેશપ્રેમ, પુસ્તકો, મિત્રો કે મિત્રતા પર આધારિત જે ગ્રુપો ચાલે છે તેને મંજૂરી આપવી.

૨. અને તે ગ્રુપોમાં પણ એડમીનનો કંટ્રોલ હોવો જોઇએ. એડમીન એક જ ગ્રુપમાં ગુડ મોર્નિંગ અને ગુડ નાઇટના મેસેજિસ મૂકી શકે.

3. ગોસીપ કરવા માટે એડમીને અમુક સમય નક્કી કરવો જોઇએ.

4. સ્વાસ્થ્ય અંગેની પ્રાઇવેટ વાતોની ચર્ચા પણ ગ્રુપમાં થતી હોય છે તે પણ એક સારી વાત છે.

5. છેલ્લી વાત એકે એડમીન એ ગ્રુપના દરેક મેમ્બરોનો પડછાયો છે. તેમના પ્રત્યેનો આદરભાવ દરેકના મેમ્બરનું જીવન સુવ્યવસ્થિત બનાવે છે.

તરત જ બધાંએ તાળીઓના ગડગડાટથી એમને વધાવી લીધા. સર્વાનુમતે સંમત થયા અને નક્કી કર્યું કે ગ્રુપ ચાલુ કરતાં બધાં માટે આ નિયમો ફરજિયાત કરી દેવા.

હેલીનો મોબાઈલ

એકવીસમી સદીમાં પ્રવેશ કરનારી એક નમણી નારે સુંદર પુત્રીને જન્મ આપ્યો. એ નમણી નારનું નામ હતું સુનયના. લગ્નના દસ વર્ષ બાદ સુનયનાએ પુત્રીને જન્મ આપ્યો એટલે બંને કુટુંબના દરેક સભ્યો તેને જોવા માટે ઉંચાનીચા થતાં હતાં.

પરંતુ સુનયનાએ સૌને કડક સૂચના આપી હતી. કોઈએ મોબાઈલફોન લઈને હોસ્પિટલમાં આવવાનું નથી. બધાં સુનયનાની વાત માની પણ ગયાં. સુનયનાના સરળ સ્વભાવને કારણે સૌને તે પ્રિય હતી.

સાસરું અને પિયર બંને એક જ ગામમાં. અરે, માત્ર એટલું જ નહીં, સોસાયટી પણ એક જ અને બિલ્ડિંગ પણ એક જ! પતિ સુદેશ સાથે નાનેથી મોટી થયેલી સુનયના નડિયાદમાં ઓપ્ટીશિયનની સેવા બજાવતી હતી. પંદર વર્ષથી નીચેના સંતાનોને લઈને માતા પિતા સુનયના પાસે આંખો ચેક કરાવવા આવે ત્યારે સુનયના ઉકળી ઉઠતી.

સંતાનોના માતાપિતાને થોડો ઠપકો પણ આપતી અને બાળકોને સલાહ પણ આપતી કે મોબાઈલફોન બહુ ના વાપરવો જોઈએ, પરંતુ કોઈ માનતા, કોઈ ન પણ માનતા.

સૌ થોડીવારમાં હોસ્પિટલમાં ઢીંગલીને જોવા ઉમટ્યાં. વારાફરતી ઢીંગલીને રમાડતાં ગયા. સૌને ખૂબ આનંદ થયો પછી સુનયનાએ સુદેશને ઈશારો કર્યો કે હવે ઘર તરફ રવાના થાવ. બધાં તેની પાછળ પાછળ ચાલવા લાગ્યાં.

ઢીંગલીબાઈની છઠ્ઠી આવી. સૌ સજ્જીધજ્જીને ભેટો લઈને આવવા લાગ્યાં. ઢીંગલીબાઈનું નામકરણ કરવામાં આવ્યું 'હેલી'. હેલીના જન્મથી જે આનંદની હેલી બધાંના જીવનમાં આવી તે અઢાર વર્ષ સુધી ચાલતી જ રહી.

હવે હેલીની અઢારમાં જન્મદિવસની ઉજવણી કરવાની હતી. ફરી બધાં ભેટો લઈને હાજર. એમાં હેલીના મામાએ હેલીને ભેટમાં આપ્યો સ્માર્ટ ફોન! સુનયનાએ કહ્યું, "ભાઈ, આટલી મોંઘી ભેટ હેલીને ન અપાય હોં." પણ ભાઈએ કંઈ સાંભળ્યું નહીં.

બર્થડે કેક કાપીને હેલી તો ઉપડી સખીઓ સાથે ફરવા. ગાડીમાં ગીત ગાતા ગાતા બધાં બહુ જ દૂર જઈ ચડ્યાં, રસ્તો પણ ભૂલ્યાં અંતકડી રમવામાં, સેલ્ફી લેવામાં સૌ ભાન ભૂલ્યાં.

હવે શું કરવું? આ તરફ ઘરે પણ સૌને ચિંતા થવા લાગી. પાંચેય બહેનપણીઓના ફોન લાગતાં ન હતાં. સુનયનાને મનમાં ધ્રાસકો પડ્યો, "આ મોબાઈલે જ નક્કી કંઈ કર્યું છે!"

મનમાં ને મનમાં બબડતી સુનયનાનો પિત્તો સાતમે આસમાને પહોંચ્યો હતો. તેવામાં લોકલ સમાચાર આવ્યાં તેમાં જણાવવામાં આવતું હતું કે, "પાંચ બહેનપણીઓ પર્વત ઉપર સેલ્ફી લેવામાં મસ્ત હતી ત્યારે એકનો પગ લપસ્યો અને બધાં એકસાથે ખીણમાં ગબડી પડ્યાં છે. તપાસકાર્ય અને રાહતકાર્ય ચાલુ જ છે. પોલીસ અને હોસ્પિટલ સ્ટાફ ખડે પગે હાજર છે પણ હજુ સુધી કોઈ પત્તો મળ્યો નથી."

બીજે દિવસે પાંચેય બહેનપણીની ભાળ મળી અને તે પાંચેય હોસ્પિટલમાં સારવાર લઈ રહી હતી. સુનયના અને બીજા ચારેયના કુટુંબીજનો દોડ્યાં હોસ્પિટલ તરફ. ઈશ્વરની કૃપાથી કોઈ જાનહાની નહોતી થઈ. હેલી તથા તેની બહેનપણી ઓની આઘાત તો લાગ્યો જ હતો સાથે સાથે એક પ્રતિજ્ઞા પણ કરી કે જરૂર વગર મોબાઈલ ફોનનો ઉપયોગ ન કરવો.

કેલીનું અભિયાન

"એ ડાળી, એ ડાળી હમણાં તું પડી જવાની, જરા સરખી રહે." ઠૂઠાંએ ડાળીને કહ્યું. ડાળીએ વળતો જવાબ આપ્યો, "એલા એય ઠૂઠાં, એ તો હું હીંચકું છું તને તો એય ક્યાં નસીબમાં છે!"

ઠૂઠું બિચારું રડવા જેવું થઈ ગયું. ત્યાં તો થડે માથું બહાર કાઢ્યું અને ડાળીને કહેવા લાગ્યું, "એ ચિબાવલી, છાનીમાની બેસ. બહુ બડબડ કરે એ સારું નહીં. એ તો જરા પવન આવે છે એટલે તું હીંચકે છે પણ હમણાં વરસાદ ધોધમાર પડશે ને તો ઠૂઠાંને પણ કૂણી કૂંપણો દેખાશે. જોજે તું."

પણ ડાળીને બસ આમથી તેમ ડોલવું જ હતું. આમ બે ચાર દિવસ ચાલ્યું પછી હવામાન ખાતાએ આગાહી કરી કે બધાંએ પંદર દિવસ સુધી બહાર નીકળવું નહીં. ભયંકર વાવાઝોડું આવી રહ્યું છે અને તે પણ ધોધમાર વરસાદ સાથે! ડાળીએ પણ સાંભળ્યું પણ એને તો બસ મસ્તીમાં આમથી તેમ ડોલ્યા કર્યું.

રોજ બગીચામાં એક દસવર્ષની દીકરી તેના દાદા સાથે આવતી. તેનું નામ હતું કેલી. કેલીએ દાદાજીને પૂછ્યું, "દાદા, હવે શું કરીશું? આ ટીવી અને રેડિયોમાં તો એમ બોલે છે કે પંદર દિવસ બહાર ન જવું."

દાદાજીએ તેને શાંત પાડતાં કહ્યું, "બેટા, હવામાન ખાતાનું એ કામ છે. એટલે તેઓ લોકો ને ચેતવવા આગાહીઓ કરે, સલામત જગ્યાએ ખસવાનું કહે તો નાગરિકોએ કરવું જ પડે. પણ સાથે સાથે આપણે પ્રાર્થના પણ કરવાની કે કોઈને કશું નુકશાન ન થાય."

આ સાંભળીને કેલી જરા શાંત પડી. પછીના બે દિવસો તો સારા ગયા. ત્રીજે દિવસે ભયંકર ગાજવીજ સાથે વરસાદ પડવાનો શરૂ થયો. વીજળીના કડાકાભડાકા પણ થતાં હતાં. કેલી તો દાદાજી પાસે આવી ગઈ. દાદાજી કહે, "બેટા એ તો વીજળીના ચમકારા થાય છે અને આવે સમયે બહાર ન નીકળવું." કેલીએ કહ્યું કે, "દાદી તો એમ કહેતા હતા કે કૃષ્ણ ભગવાન ગેડી દડે રમે છે."

દાદાજી હસવા લાગ્યા અને કેલીને કહ્યું, "હા બેટા, પહેલા અમને પણ એવું જ સમજાવવામાં આવતું પણ એ વાત ખોટી છે."

ત્રણ દિવસ સુધી વરસાદ વાવાઝોડું વગેરે ચાલ્યું ચોથે દિવસે જરા શાંતિ થઈ. વરસાદ તો બંધ થઈ ગયો હતો પણ હવામાન ખાતાની આગાહી તો માનવી જ રહી.

ડાળી તો બિચારી હવે થડને વીંટળાઈ વળી હતી. ઠૂંઠાંમાં થોડી કૂંપળો દેખાતી હતી. પંદર દિવસ પૂરા થયા પછી બધું નોર્મલ થઈ ગયું ફરી પાછા બગીચામાં અવરજવર ચાલુ થઈ. કેટલાંક વૃક્ષો પડી ગયા હતા

તેને વ્યવસ્થિત રીતે સલામત સ્થળે ખસેડવામાં આવી રહ્યાં હતાં. બીજા પાંચ દિવસ આ કાર્ય વ્યવસ્થિત ચાલતું રહ્યું. હવે ફરીથી બધું જ પુલકિત થઈ ઉઠ્યું.

એકાદ મહિના પછી ફરી એક અભિયાન શરૂ કરવામાં આવ્યું. તે સાંભળીને કેલી આનંદમાં આવી નાચવા લાગી. "દાદાજી, દાદાજી જે લોકો પોતાના ઘરમાં પાંચ વૃક્ષો વાવવાની પરવાનગી આપશે તેને સરકાર તરફથી પાંચ હજાર રૂપિયા આપવામાં આવશે. આપણે પાંચ વૃક્ષો વાવીશું ને દાદાજી!"

દાદાજીએ કહ્યું, "બેટા પાંચ નહીં, દસ વાવીશું. આવડો મોટો આપણો ઘરનો બગીચો છે. બોલ તું શું વાવવા માંગે છે?"

કેલી તો ખૂબ ખુશ થઈ ગઈ અને કહ્યું, "દાદાજી મારે તો કારેલાં, રીંગણાં, ટામેટાં, મરચાં, સંતરા, કેરી, તરબૂચ અને ટેટી જે મને બહુ ભાવે" દાદાજી હસવા લાગ્યા. "હા બેટા,તું કહે તેમ, પણ એ તો નાના નાના છોડ અને વેલા છે. એ તો આપણે વાવીશું પણ એ સાથે મોટા વૃક્ષ પણ વાવીશું. જેમ કે લીમડો, પીપળો, વડ, કેરી....પણ પછી પાણી રોજ પાવું પડશે અને તેની સાથે તારે રોજ સુંદર વાતો પણ કરવી પડશે તો જ એ વૃક્ષોનો સારો ઉછેર થયો ગણાય અને તેની વૃદ્ધિ જલદી થાય."

કેલીએ તો હકારમાં માથું નમાવ્યું ને દાદાજીએ જોડ્યો ફોન. "હલો, અમારે ઘેર પાંચ નહીં દસ વૃક્ષો વાવવા છે. તો તમે ક્યારે આવશો?" સામેથી જવાબ આવ્યો, "આજે જ તમારા એરિયામાં અમારી ટીમ કામ કરી રહી છે. તેમને મેસેજ કરી દઉં છું."

કેલી તો રાજીના રેડ થઈ ગઈ. થોડીવારમાં પાંચ જણાની ટીમ આવી પહોંચી. હોંશે હોંશે કેલી અને દાદા તેમને મદદ પણ કરતાં રહ્યાં. થોડીવારમાં તો દસ વૃક્ષો વાવી દીધાં અને કેલીને સમજાવતાં કહ્યું કે, "કેરીને આવતાં જરુર વાર લાગશે પણ બીજા તો જલ્દી ઉગવા લાગશે અને જતન પણ બહુ કરવું પડશે."

દાદાજીને અને કેલીને આજે ખૂબ આનંદ થયો કેમકે પર્યાવરણ વિભાગે આજે જે કાર્ય કર્યું હતું તેનાથી અને જે દસ હજારનો ચેક મળ્યો હતો તે જાણીને કેલીનો આનંદ માતો ન હતો.

બરાબર દસ વર્ષ પછી દાદાજીએ ફરી પર્યાવરણ વિભાગની ટીમને બોલાવી ત્યારે કેલી વીસ વર્ષ પૂરાં કરીને એકવીસમાં વર્ષમાં પ્રવેશ કરતી હતી. જે દસ હજાર રૂપિયા દસ વર્ષ પહેલાં પર્યાવરણ ટીમે દાદાજીને આપ્યાં હતાં તે દાદાજીએ વ્યાજ સહિત પ્રેમથી પાછા આપ્યાં અને કહ્યું કે, "અમારી બાજુમાં જે બગીચો છે તેમાં બીજાં ઘણાં વૃક્ષો વાવો એવી અમારી નમ્ર વિનંતી છે."

આ વિચાર કેલીએ જ દાદાજીને આપ્યો હતો કારણકે કેલી હવે પર્યાવરણ વિભાગમાં છેલ્લા વર્ષમાં હતી અને પછી પી.એચ.ડી. કરવાનો પણ તેનો વિચાર હતો. પર્યાવરણ ટીમે કેલી અને દાદાજીનો ખૂબ આભાર માન્યો અને દસ વર્ષમાં જે પરિણામ મળ્યું હતું તે જોઈને તેઓ ઘણાં ખુશ થયાં હતાં.

હા અને પેલી થડને વળગેલી ડાળી પણ ખૂબ જ ઉંચે ગઈ હતી ને ઠૂંઠાંમાંથી તો મોટું વટવૃક્ષ બની ગયું હતું. દાદાજી હવે ઉંમરના કારણે દરરોજ બગીચામાં જઈ શકતા ન હતા પણ કેલીએ એ નિત્યક્રમ જાળવી રાખ્યો હતો.

આ રીતે કેલીનું અભિયાન સફળ નીવડ્યું હતું અને જાણે કે દેશના બીજા નાગરિકોને જાગૃત કરવા તેણે જાણે પ્રાણ લીધું હતું.

કેલી હવે એક જાગૃત નાગરિક બની ચૂકી હતી. તેણે લોકો માટે 'પર્યાવરણ જાગૃતિ અભિયાન' આદર્યું. તેની શરૂઆત તેણે પોતાનાં પડોશથી કરી. રવિવારે જ્યારે બાળકોને શાળામાં રજા હોય ત્યારે, કેલી સાંજ પડ્યે પડોશના બાળકોને એકઠાં કરતી. તેમને પર્યાવરણની સુરક્ષા અંગે સમજાવતી. હવા, પાણી અને ધ્વનિનાં પ્રદૂષણ વિશે પણ ઉંડી સમજ આપતી. ગ્રીન હાઉસ ઈફેક્ટ, ઓઝોન પડમાં ગાબડાં, હિમશીલાઓનું ઓગળવું, મહાસાગરોનાં પાણીની સપાટીમાં વધારો

થવો, ટોર્નેડો, ત્સુનામી જેવી કુદરતી આફતો વિશે પણ તેણે બાળકોને બધું સમજાવ્યું. બાળકોને પણ આ બધાંમાં રસ પડવા લાગ્યો હતો.

કેલી સાથે સાથે બાળકો પાસે વૃક્ષો વવડાવતી અને તેની દેખભાળ કરવાનું પણ શીખવતી. આ અભિયાન પાર પાડયા પછી તેણે પોતાની કૉલજનાં ડિનની પરમિશન લઇને સહાધ્યાયીઓને પણ વૃક્ષો વાવતા કરી દીધાં! કૉલેજનો બગીચો હવે સૌનાં પ્રયત્નો થકી નંદનવનમાં ફેરવાઇ ચૂક્યો હતો.

કેલીનું પીએચડીનું અંતિમ વર્ષ પૂર્ણ થયું. તેની થિસીસ બધાં પીએચડીનાં વિધાર્થીઓ કરતાં સર્વશ્રેષ્ઠ સાબિત થઇ હતી.

કોન્વોકેશન હોલ આખો ખચાખચ ભર્યો હતો. પીએચડીની પદવી માટે કેલીનું નામ એનાઉન્સ થયું. તેને પદવી એનાયત થઇ. 'પર્યાવરણ જાગૃતિ અભિયાન' માટે તેને ખાસ ઇનામ પણ આપવામાં આવ્યું. પછી બે શબ્દો બોલવા માટે કહેવામાં આવ્યું. ત્યારે કેલીએ બધો શ્રેય પોતાનાં દાદાજીને આપ્યો. તેમને સ્ટેજ પર બોલાવીને ભારતીય મૂળની કેલીએ જ્યારે પોતાનાં દાદાજીનાં ચરણસ્પર્શ કર્યા ત્યારે આખો હોલ તાળીઓથી ગૂંજ ઉઠ્યો. દાદાજીની આંખો હર્ષાશ્રુઓથી ઉભરાઇ ગઇ.

પહાડોની વચ્ચે

"દીકરી મારી લાડકવાયી, હું વિમોચન કરુ તારા પુસ્તકનું."

"અરે બાપુજી તમે!" આંખો ચોળતા ચોળતા શૈલજા ખાટલામાંથી બેઠી થઇ ગઇ.

બાજુમાં સૂતેલા મમ્મી પણ જાગી ગયા. "બેટા અચાનક આમ જાગી ગઇ!"

"હા, મમ્મી એ તો બાપુજી સપનામાં આવ્યા હતા અને આજે જે મારી બુકનું વિમોચન થવાનું છે. તેમાં એમણે વિમોચન એમના હાથે કર્યું વળી તેઓ ખૂબ જ આનંદમાં જણાતાં હતા. એવું મને સપનું આવ્યું તેથી હું ખૂબ જ ખુશ છું."

માતા લલિતાબેનને પણ હૈયે હરખ માતો ન હતો. પુત્રી શૈલજાની લખેલી નવલકથા "પહાડોની વચ્ચે" નું વિમોચન હતું. એક હજાર કોપીમાંથી છસ્સો ચોપડીઓનો ઓર્ડર પણ મળી ગયો હતો, બસ્સો ચોપડીઓ આમંત્રિત મહેમાનો માટે અલગ રાખવામાં આવી હતી અને બસ્સો બાકી હતી.

બાપુજી સપનામાં આવ્યા એટલે શૈલજા ખૂબ જ ખુશ હતી. તેને પૂરી ખાતરી હતી કે બાપુજીના આશીર્વાદથી પ્રસંગ સારો જ જશે.

વિમોચનનો સમય સાંજે ચારથી છ વચ્ચેનો રાખ્યો હતો. મમ્મીએ સોનેરી બોર્ડર વાળી ક્રીમ કલરની સાડી પસંદ કરી હતી અને શૈલજાએ મનપસંદ જાંબુડી કલરની સાથે સોનેરી બોર્ડર વાળી બાંધણી પસંદ કરી હતી.

અપ્રતિમ સૌંદર્યથી છલકાતું શૈલજાનું યૌવન લગ્નની ચીલાચાલુ રિવાજ માટે હજુ તૈયાર ન હતું. તેને તો બસ સાહિત્યની સેવા કરવી હતી. પહાડોની વચ્ચે, કંદરાઓને પકડવા, દોડતું તેનું મન કેડલીએ જાતના થનગનાટ અનુભવતું હતું, તેની તેને પોતાને જ જાણે ખબર ન હતી.

સવારના અગિયાર વાગી ચૂક્યા હતા. માતા લલિતાબેન પણ ઘરની સાફસૂફ અને રસોઈ કરી પરવારી ગયા હતા બસ શૈલજા કહે એટલે રોટલી માંડવાની જ વાત હતી.

બરાબર બારના ટકોરે શૈલજાએ કહ્યું, "મમ્મી આજે રોટલી હું બનાવીશ અને તમને ગરમ ગરમ પીરસીશ." મમ્મી તો ચોંક્યા ને કહે કે, "હેં શું વાત છે શૈલુ! આજે સૂરજ કઈ દિશામાં ઉગ્યો છે?"

"મમ્મી એ તો બાપુજીની યાદ આવી વળી સપનું પણ આવ્યું એટલે તમારી શૈલુ તો આજે પહાડોની વચ્ચે ઉડે છે."

બરાબર ચારના ટકોરે વિમોચન વિધિની શરૂઆત થઈ. તાળીઓના ગડગડાટ વચ્ચે પંદર મિનિટમાં વિમોચન વિધિ પૂરી થઈ ત્યારબાદ માનનીય મહેમાનોને ચા - નાસ્તો પીરસવામાં આવ્યા.

શૈલજાનો આનંદ આજે માતો ન હતો. બાકીની બસ્સો ચોપડીઓનો ઓર્ડર પણ અહીં જ આવી ગયો અને તે મનોમન બાપુજીને વંદી રહી.